ਲੀਨ ਹੋ ਗਿਆ

(Leen Ho Gya)

ਈਸ਼ਵਰ ਸਿੰਘ

ਬੀਰਇੰਦਰ ਪਾਲ ਕੌਰ

Leen Ho Gya

By Ishwar Singh and Birinder Pal Kaur

Published in United States of America

First Edition: 2024

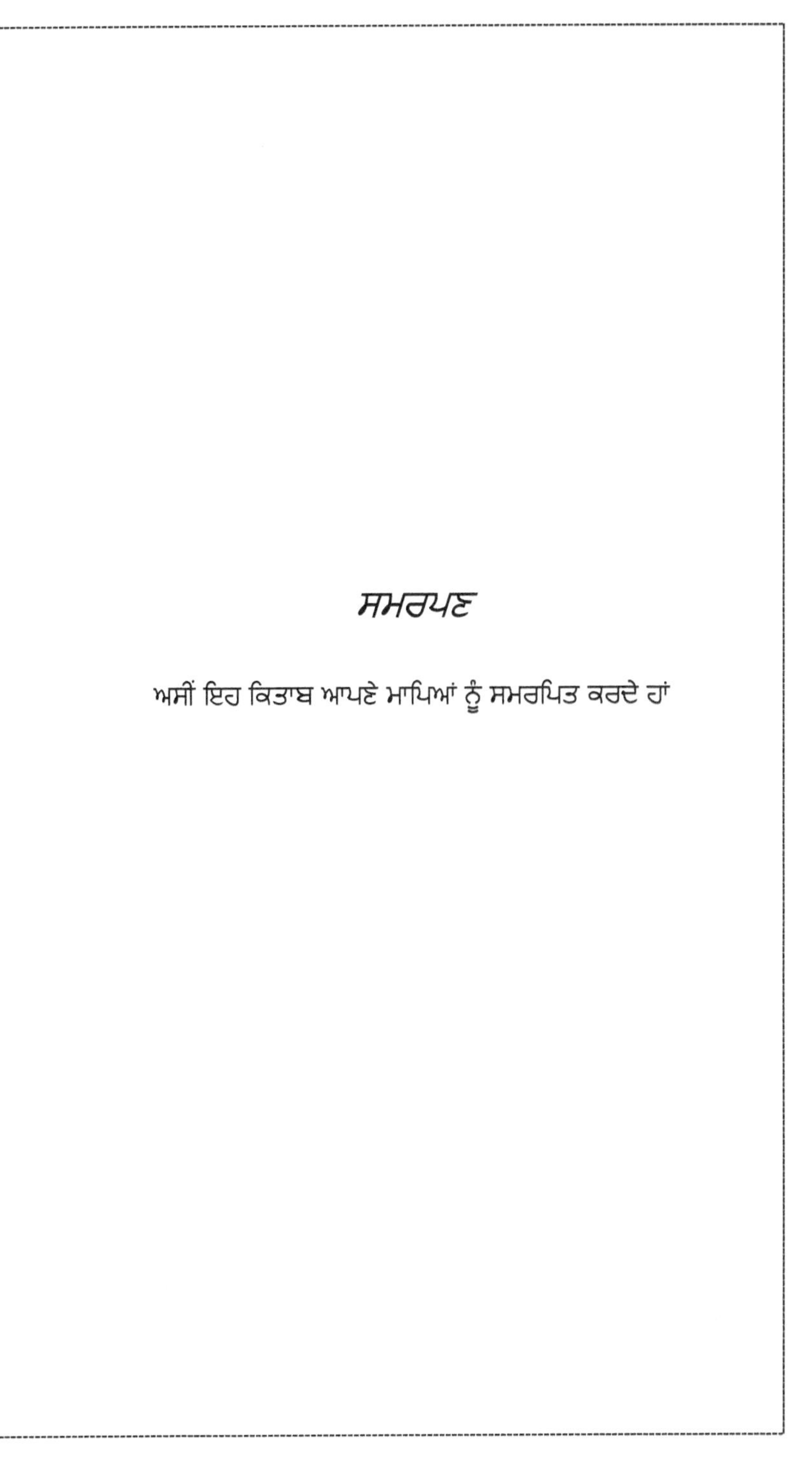

ਸਮਰਪਣ

ਅਸੀਂ ਇਹ ਕਿਤਾਬ ਆਪਣੇ ਮਾਪਿਆਂ ਨੂੰ ਸਮਰਪਿਤ ਕਰਦੇ ਹਾਂ

ਮੁਖਬੰਧ

ਇਹ ਕਿਤਾਬ "ਲੀਨ ਹੋ ਗਿਆ" ਸਿਰਫ ਸ਼ਬਦਾਂ ਦੀ ਨਹੀਂ, ਬਲਕਿ ਪ੍ਰੇਮ ਅਤੇ ਭਾਵਨਾਵਾਂ ਦੀ ਵਿਆਖਿਆ ਕਰਦੀ ਹੈ। ਇਹ ਕਵਿਤਾਵਾਂ ਉਹ ਆਵਾਜ਼ ਹਨ ਜੋ ਮਨ ਅਤੇ ਰੂਹ ਨੂੰ ਛੂਹਦੀਆਂ ਹਨ, ਜੋ ਇੱਕ ਅੱਜ ਤੇ ਅੱਗੇ ਦੀ ਯਾਤਰਾ 'ਤੇ ਲੈ ਜਾਂਦੀਆਂ ਹਨ। ਕਵੀਆਂ ਦੀ ਆਵਾਜ਼ ਦੁਨੀਆਂ ਦੇ ਰਹਿਣ-ਸਹਿਣ ਦਾ ਹੌਸਲਾ ਵਧਾਉਂਦੀ ਹੈ ਅਤੇ ਸਾਡੇ ਅੰਦਰ ਵਸੇ ਰੱਬ ਦੇ ਨਾਮ ਦੀ ਸ਼ਾਨ ਨੂੰ ਚਮਕਾਉਂਦੀ ਹੈ। ਇਹ ਕਿਤਾਬ ਸਭ ਤੋਂ ਵਧੀਆ ਤਬਦੀਲੀਆਂ ਨੂੰ ਜ਼ਿਆਦਾ ਅਨੁਭਵ ਕਰਨ ਦਾ ਸੁਨਹਿਰਾ ਮੌਕਾ ਪ੍ਰਦਾਨ ਕਰਦੀ ਹੈ। ਇਸ ਰਚਨਾ ਨੂੰ ਪੜ੍ਹਨ ਅਤੇ ਅਨੁਭਵ ਕਰਨ ਦੇ ਨਾਲ, ਸਾਨੂੰ ਆਪਣੇ ਅੰਦਰ ਛੁਪੇ ਪਿਆਰ ਅਤੇ ਆਪਣੇ ਅਸਲੀ ਜੀਵਨ ਦੇ ਅਨੁਭਵ ਨੂੰ ਵੀ ਵਿਸਤਾਰਿਤ ਕਰਨ ਦਾ ਅਵਸਰ ਮਿਲਦਾ ਹੈ। ਇਸ ਕਿਤਾਬ ਨੂੰ ਪੜ੍ਹਨ ਤੋਂ ਬਾਅਦ, ਸਾਡੇ ਮਨ ਵਿਚ ਕਵਿਤਾ ਦੀ ਇਕ ਛੱਲ ਬਣ ਜਾਂਦੀ ਹੈ ਅਤੇ ਉਸ ਛੱਲ ਦੀ ਕਵਿਤਾ ਦੀ ਧੁਨ ਸਾਨੂੰ ਹਮੇਸ਼ਾ ਨਵੀਂ ਰਾਹ ਦਿਖਾਉਂਦੀ ਹੈ। ਇਸ ਕਿਤਾਬ ਨੂੰ ਪੜ੍ਹ ਕੇ ਮੈਂ ਉਮੀਦ ਕਰਦਾ ਹਾਂ ਕਿ ਤੁਸੀਂ ਇਹ ਸਫ਼ਰ ਆਪਣੇ ਜੀਵਨ ਵਿਚ ਇੱਕ ਨਵੀਂ ਰੋਸ਼ਨੀ ਦੇ ਰੂਪ ਵਿੱਚ ਸਮਝੋਗੇ।

ਧੰਨਵਾਦ,

ਗਿਆਨੀ ਪਾਲ ਸਿੰਘ

ਪ੍ਰਸਤਾਵਨਾ

"ਲੀਨ ਹੋ ਗਿਆ" ਪੰਜਾਬੀ ਕਵਿਤਾ ਦੀ ਇਸ ਕਿਤਾਬ ਵਿੱਚ ਤੁਹਾਡਾ ਸੁਆਗਤ ਹੈ, ਜੋ ਜੀਵਨ ਬਾਰੇ ਗੱਲ ਕਰਦੀ ਹੈ। ਇਹ ਭਾਵਨਾਵਾਂ ਅਤੇ ਕਹਾਣੀਆਂ ਦੇ ਸੰਗ੍ਰਹਿ ਵਾਂਗ ਹੈ ਜਿਸ ਨਾਲ ਹਰ ਕੋਈ ਸਬੰਧਤ ਹੋ ਸਕਦਾ ਹੈ। ਇਸ ਕਿਤਾਬ ਵਿੱਚ, ਕਵਿਤਾਵਾਂ ਪਿਆਰ, ਖੁਸ਼ੀ, ਸੰਘਰਸ਼ ਅਤੇ ਉਹਨਾਂ ਸਾਰੀਆਂ ਚੀਜ਼ਾਂ ਬਾਰੇ ਛੋਟੀਆਂ ਕਹਾਣੀਆਂ ਵਾਂਗ ਹਨ ਜੋ ਸਾਨੂੰ ਇਨਸਾਨ ਬਣਾਉਂਦੀਆਂ ਹਨ। ਵਧੀਆ ਗੱਲ ਇਹ ਹੈ ਕਿ ਕਵੀ ਇਨ੍ਹਾਂ ਭਾਵਨਾਵਾਂ ਨੂੰ ਜੀਵਤ ਕਰਨ ਲਈ ਸਾਡੀ ਸ਼ਾਨਦਾਰ ਭਾਸ਼ਾ (ਪੰਜਾਬੀ) ਦੀ ਵਰਤੋਂ ਕਰਦਾ ਹੈ।

ਮੈਂ ਉਮੀਦ ਕਰਦਾ ਹਾਂ ਕਿ ਤੁਹਾਨੂੰ ਕਵਿਤਾਵਾਂ ਵਿੱਚ ਆਪਣੀ ਕਹਾਣੀ ਦੇ ਬਿੱਟ ਮਿਲ ਜਾਣਗੇ। ਇਹ ਤੁਹਾਡੇ ਨਾਲ ਆਪਣੇ ਵਿਚਾਰਾਂ ਅਤੇ ਭਾਵਨਾਵਾਂ ਨੂੰ ਸਾਂਝਾ ਕਰਨ ਵਾਲੇ ਦੋਸਤ ਵਾਂਗ ਹੈ। "ਲੀਨ ਹੋ ਗਿਆ" ਦੀ ਦੁਨੀਆ ਵਿੱਚ ਸਵਾਰੀ ਦਾ ਅਨੰਦ ਲਓ।

ਈਸ਼ਵਰ ਸਿੰਘ

ਰਸੀਦ

ਇਸ ਸੰਪੂਰਨ ਕਿਤਾਬ ਦੇ ਨਿਰਮਾਣ ਵਿੱਚ, ਮੈਂ ਮੇਰੇ ਪਿਆਰੇ ਸਹੁਰਾ ਸਰਦਾਰ ਨਰਿੰਦਰ ਸਿੰਘ ਦੁਆਰਾ ਮੈਨੂੰ ਦਿੱਤੇ ਗਏ ਨਿਰੰਤਰ ਸਹਿਯੋਗ, ਹੌਸਲੇ ਅਤੇ ਪਿਆਰ ਲਈ ਅਤੇ ਮੇਰੀ ਸੱਸ ਸਵ: ਸਰਦਾਰਨੀ ਗੁਰਜੀਤ ਕੌਰ ਦੀ ਅਨਮੋਲ ਯਾਦ ਦਾ ਤਹਿ ਦਿਲੋਂ ਧੰਨਵਾਦ ਕਰਦਾ ਹਾਂ। ਮੇਰੇ ਯਤਨਾਂ ਵਿੱਚ ਉਹਨਾਂ ਦਾ ਨਿਰੰਤਰ ਭਰੋਸਾ ਅਤੇ ਉਹਨਾਂ ਦਾ ਬੇਅੰਤ ਸਮਰਥਨ ਇਸ ਨੂੰ ਫੈਲਾਉਣ ਲਈ ਮੇਰੇ ਗਿਆਨ ਅਤੇ ਉਤਸਾਹ ਦੀ ਖੋਜ ਦਾ ਅਧਾਰ ਹੈ। ਉਨ੍ਹਾਂ ਦੀ ਸਲਾਹ ਅਤੇ ਅਟੁੱਟ ਵਿਸ਼ਵਾਸ ਪ੍ਰੇਰਨਾ ਦਾ ਸਰੋਤ ਰਿਹਾ ਹੈ, ਜੋ ਨਾ ਸਿਰਫ ਮੇਰੀ ਪੇਸ਼ੇਵਰ ਇੱਛਾਵਾਂ ਨੂੰ ਪ੍ਰਭਾਵਤ ਕਰਦਾ ਹੈ ਬਲਕਿ ਮੇਰੇ ਚਰਿੱਤਰ ਅਤੇ ਦ੍ਰਿੜਤਾ ਨੂੰ ਵੀ ਪ੍ਰਭਾਵਿਤ ਕਰਦਾ ਹੈ।

ਭਾਵੇਂ ਸਰਦਾਰਨੀ ਗੁਰਜੀਤ ਕੌਰ ਹੁਣ ਸਾਡੇ ਵਿੱਚ ਨਹੀਂ ਰਹੇ, ਪਰ ਉਨ੍ਹਾਂ ਦਾ ਨਿੱਘ, ਉਦਾਰਤਾ ਅਤੇ ਅਥਾਹ ਸਹਿਯੋਗ ਇਸ ਪੁਸਤਕ ਦੇ ਪੰਨਿਆਂ ਵਿੱਚੋਂ ਗੂੰਜਦਾ ਹੈ। ਉਹਨਾਂ ਦੀ ਵਿਰਾਸਤ ਇੱਕ ਮਾਰਗਦਰਸ਼ਕ ਰੋਸ਼ਨੀ ਬਣੀ ਹੋਈ ਹੈ, ਜੋ ਮੈਨੂੰ ਮੇਰੇ ਸਾਰੇ ਕੰਮਾਂ ਵਿੱਚ ਮਹਾਨਤਾ ਲਈ ਕੋਸ਼ਿਸ਼ ਕਰਨ ਲਈ ਪ੍ਰੇਰਿਤ ਕਰਦੀ ਹੈ। ਮੇਰੇ ਜੀਵਨ ਅਤੇ ਕਰੀਅਰ 'ਤੇ ਉਨ੍ਹਾਂ ਦੇ ਮਹੱਤਵਪੂਰਨ ਪ੍ਰਭਾਵ ਲਈ ਮੈਂ ਉਨ੍ਹਾਂ ਦਾ ਸਦਾ ਲਈ ਕਰਜ਼ਦਾਰ ਹਾਂ। ਇਹ ਕਿਤਾਬ ਉਨ੍ਹਾਂ ਦੀ ਚੱਲ ਰਹੀ ਵਿਰਾਸਤ ਅਤੇ ਮੇਰੇ ਮਾਰਗ 'ਤੇ ਉਨ੍ਹਾਂ ਦੇ ਬਹੁਤ ਪ੍ਰਭਾਵ ਦੀ ਯਾਦਗਾਰ ਵਜੋਂ ਕੰਮ ਕਰਦੀ ਹੈ।

ਈਸ਼ਵਰ ਸਿੰਘ

ਤਤਕਰਾ

1. ਲੀਨ ਹੋ ਗਿਆ

ਡੁੱਬ ਕੇ
ਖਿਆਲਾਂ
ਜਦੋਂ ਲਾਈਆਂ
ਤਾਰੀਆਂ
ਮਿਲਿਆ
ਸ਼ੁਕੂਨ
ਚਿੰਤਾ ਗਈਆਂ
ਸਾਰੀਆਂ

ਕਿਤੇ ਹੰਸ
ਦੇਖੇ ਮੈਂ
ਮਾਰਦੇ
ਉਡਾਰੀਆਂ
ਸੰਘਣੇ
ਜਿਹੇ ਵਣ
ਉਲਝੀਆਂ
ਝਾੜੀਆਂ

ਬਰਫੀਲੇ
ਪਾਣੀ ਵਾਲੀ
ਝੀਲ
ਦੇਖੀਂ ਮੈਂ
ਜਦੋਂ ਕੰਬਣੀ
ਜਿਹੀ ਛਿੜੀ
ਜਾ ਕੇ ਧੁੱਪ
ਸੇਕੀ ਮੈਂ

ਰੁੱਖਾਂ ਉੱਤੇ
ਚੜ੍ਹਦਾ ਸੀ
ਬੂਰ ਦੇਖਿਆ
ਰੂਹਾਨੀ ਕੋਈ
ਵੱਸਦਾ ਮੈਂ
ਨੂਰ ਦੇਖਿਆ

ਜਦੋਂ ਚੱਲ ਕੇ
ਪਹਾੜੀ ਦੀ ਸੀ
ਚੋਟੀ ਚੜ੍ਹਿਆ
ਜਾਵਾਂ ਤੁਰਦਾ
ਮੈਂ ਹੱਥ ਵਿੱਚ
ਸੋਟੀ ਫੜਿਆ

ਚੋਟੀਆਂ ਚਾ
ਵੱਸਦੇ
ਫਕੀਰ ਦੇਖੇ ਮੈਂ
ਤੀਲੇ ਵਾਂਗੂ
ਸੁੱਕੇ ਹੋਏ
ਸਰੀਰ ਦੇਖੇ ਮੈਂ

ਹੌਲੀ ਹੌਲੀ
ਸ਼ਾਮ ਦਾ ਸੀ
ਵੇਲਾ ਹੋ ਗਿਆ
ਮੈਨੂੰ ਪੁੱਜਦੇ
ਟਿਕਾਣੇ ਸੀ
ਕੁਵੇਲਾ ਹੋ ਗਿਆ

ਦੂਰ ਕਿਤੇ
ਦੇਖੀ ਮੈਂ ਸੀ
ਲੋਅ ਜਗਦੀ
ਦੇਖੀ ਝਾੜੀਆਂ ਦੇ
ਪਾਰ ਇੱਕ
ਨਦੀ ਵੱਗਦੀ

ਜਦੋਂ ਕੱਟ ਕੇ ਮੈਂ
ਪੈਂਡਾ ਲੋਅ ਦੇ
ਕੋਲ ਪੁੱਜਿਆ
ਕੰਡਿਆਂ ਨਾਲ
ਲੱਗ ਮੇਰਾ
ਪੈਰ ਸੁੱਜਿਆ

ਇੱਕ ਕੁਟੀਆ ਚੋਂ
ਦੇਖੀ ਮੈਂ ਸੀ
ਲੋਅ ਆਂਵਦੀ
ਨਾਲੇ ਖ਼ੁਸ਼ਬੋ
ਨਸ਼ੀਲੀ ਮਨ
ਮਹਿਕਾਂਵਦੀ

ਡਿੱਠਾ ਕੁਟੀਆ ਦੇ
ਵਿੱਚ ਸਾਧੂ
ਤੱਪ ਕਰਦਾ
ਰੋਮ ਰੋਮ
ਓਹਦਾ ਦਿਸੇ
ਜੱਪ ਕਰਦਾ

ਮੈਂ ਜਾ ਕੇ ਓਹਨਾਂ
ਦਿਆਂ ਚਰਨਾਂ ਦੇ
ਕੋਲ ਡਿੱਗਿਆ
ਜੋ ਸੀ ਸਿੰਜਦੇ
ਖਜ਼ਾਨਾ ਮੈਂ
ਅਮੋਲ ਡਿੱਠਿਆ

ਪ੍ਰਕਾਸ਼ ਸੂਰਜਾਂ ਦੇ
ਉਹਨਾਂ ਅੱਗੇ
ਫਿੱਕੇ ਪੈ ਗਏ
ਨੈਣ ਨੂਰ
ਉਹਨਾਂ ਉੱਤੇ ਮੇਰੇ
ਟਿਕੇ ਰਹਿ ਗਏ

ਮੈਂ ਨੀਵਾਂ ਹੋ ਕੇ
ਉਹਨਾਂ ਤੋਂ
ਸਵਾਲ ਪੁੱਛਿਆ
ਤੁਸੀਂ ਪੁੱਜ ਗਏ ਹੋ
ਜਿੱਥੇ ਕਿਵੇਂ
ਜਾਉ ਪੁੱਜਿਆ

ਗੱਲ ਸੁਣ ਕੇ
ਓ ਮੇਰੀ
ਮੁਸਕਾਉਣ
ਲੱਗ ਪਏ
ਨਾਮ ਓਸ
ਮੌਲਾ ਦਾ ਸੀ
ਗਾਉਣ
ਲੱਗ ਪਏ

ਗਾਉਂਦੇ ਗਾਉਂਦੇ
ਓਹਨਾਂ ਇੱਕ
ਬਾਤ ਸਮਝਾਈ
ਓਹੀ ਭਾਗਾਂ
ਵਾਲੇ ਜਿੰਨਾ ਰੱਬੀ
ਦਾਤ ਪੱਲੇ ਪਾਈ

ਓਥੇ ਪਾਠੀ ਨਾ
ਕੋਈ ਮੌਲਵੀ
ਪੁਜਾਰੀ ਪੂਜਦੇ
ਓਹੀ ਪੂਜੇ
ਜੀਹਨੂੰ ਅੰਦਰਲੇ
ਰਾਹ ਸੁੱਝਦੇ

ਆ ਕੇ ਗੁਰੂ
ਚਰਨਾਂ ਚਾ ਜਿਹੜਾ
ਰਾਹ ਪਾਂਵਦਾ
ਓਹੀ ਸੁਣਦਾ ਏ
ਨਾਦ ਗੁਣ
ਓਹਦੇ ਗਾਂਵਦਾ

ਮੱਥੇ ਹੱਥ
ਲਾਇਆ
ਜਦੋਂ ਮੇਰੇ
ਮਨ ਸ਼ੀਨ
ਹੋ ਗਿਆ
ਬਟਾਲਵੀਂ ਜੀ
'ਸ਼ੇਰਾ'
ਉਦੋਂ ਲੀਨ
ਹੋ ਗਿਆ

2. ਤੇਰਾ ਆਰਾਧਕ

ਹਉ ਤੇਰਾ
ਆਰਾਧਕ ਸਾਈਂ
ਹਉ ਤੇਰਾ
ਆਰਾਧਕ ਸਾਈਂ
ਰਹਾਂ ਤੇਰਾ ਹੀ
ਸਾਧਕ ਸਾਈਂ
ਰਹਾਂ ਤੇਰਾ ਹੀ
ਸਾਧਕ ਸਾਈਂ

ਲਗਨ ਲਗੇ
ਮਨ ਪ੍ਰੀਤਾ
ਇੱਕ ਨਾਮ
ਰਹੇ ਬਸ ਚੀਤਾ
ਫ਼ਜ਼ਲ ਕਾਮ
ਸਭ ਅਵਰੇ
ਕ੍ਰਿਪ ਕਰੋ
ਇੱਕ ਹੀਤਾ
ਮਨ ਬਾਧਕ
ਤੇ ਛੁੱਟਕਾਈਂ
ਮਨ ਬਾਧਕ
ਤੇ ਛੁੱਟਕਾਈਂ

ਬਿਨ ਤੇਰੇ
ਅਵਰ ਨਾ
ਜਾਨਾਂ
ਹੁਣ ਫੇਰ
ਜਨਮ ਨਹੀਂ
ਆਨਾਂ
ਰੰਗ ਮਾਨੇ
ਮਨਸਾ ਭਵਰੇ
ਸਤਿਗੁਰ ਦੀਆਂ
ਉੱਚੀਆਂ ਸ਼ਾਨਾਂ
ਤੂੰ ਮੇਰੇ ਘਰ ਦਾ
ਵਾਦਕ ਸਾਈਂ
ਤੂੰ ਮੇਰੇ ਘਰ ਦਾ
ਵਾਦਕ ਸਾਈਂ

ਸਭ ਵਿਫਲ ਨੇ
ਕੀਤੇ ਕਾਰੇ
ਜੋ ਛੱਡ ਕੇ
ਨਾਮ ਵਿਚਾਰੇ
ਇਹ ਕਾਜ
ਉਦੋਂ ਹੀ ਸਵਰੇ
ਜਦ ਜੱਪਿਆ
ਨਾਮ ਮੁਰਾਰੇ
ਗੁਣ ਏਹੀ
ਸਾਦਕ ਪਾਈਂ
ਗੁਣ ਏਹੀ
ਸਾਦਕ ਪਾਈਂ

ਕਿਉਂ ਲੈਨਾਂ
'ਸ਼ੇਰੇ ਤਰਲੇ
ਆਪਾਂ ਜਾਣਾ ਏ
ਘਰ ਪਰਲੇ
ਜਿੱਥੇ ਗੁਣ
ਹਕੀਕੀ ਗਵਰੇ
ਬੰਦ ਖੁੱਲ੍ਹਣਗੇ
ਜਦ ਅਰਲੇ
ਧੁਨ ਮੀਠੀ
ਵਾਜਕ ਲਾਈਂ
ਧੁਨ ਮੀਠੀ
ਵਾਜਕ ਲਾਈਂ

3. ਤੇਰੀ ਭਗਤੀ ਲੋਚਾਂ

ਤੇਰੀ ਭਗਤੀ ਲੋਚਾਂ
ਮੰਗ ਹੋਰ ਨਾ ਕੋਈ
ਭੁੱਖ ਨਾਮ ਦੀ ਲੱਗੇ
ਇੱਕ ਹੀ ਅਰਜੋਈ

ਤੂੰ ਦਾਤਾ ਸਾਰੇ
ਜਹਾਨ ਦਾ
ਤੂੰ ਰਗ ਰਗ
ਮੇਰੀ ਜਾਣਦਾ
ਬਿਨ ਪੂਰੇ ਗੁਰ ਕੇ
ਗੱਲ ਬਣੀ ਨਾ ਕੋਈ

ਏਸ ਮਾਰਗ ਉੱਤੇ
ਚੱਲ ਰਵਾਂ
ਤੇਰੇ ਨਾਮ ਦਾ
ਬੂਟਾ ਵੱਲ ਲਵਾਂ
ਕਿਛੁ ਅਵਰ ਨਾ ਸੁਝੇ
ਐਸੀ ਪ੍ਰੀਤ ਲਗੋਈ

ਕਾਟਹੁ ਭਰਮਨ
ਮਨੂਏ ਕੇ
ਸੁੱਖ ਨਗਰ
ਵਸਾਵਹੁ ਮਨੂਏ ਮੋਂ
ਜਦ ਦਰਸਨ ਪਰਸੇ
ਰੂਹ ਗਦ ਗਦ ਹੋਈ

'ਸ਼ੇਰਾ' ਵੀ ਹੁਣ
ਠੰਡਾ ਹੋਇਆ
ਜਦ ਵੀ ਨਾਮ
ਮਗਨ ਮਨ ਮੋਹਿਆ
ਪ੍ਰਭ ਤਾਪ ਮਿਟਾਇਆ
ਨਿੱਤ ਝੜੀ ਲਗੋਈ

4. ਸੁਣ ਰੇ ਮਨ ਤੂੰ

ਸੁਣ ਰੇ ਮਨ ਤੂੰ
ਸੁਣ ਰੇ ਗੱਲ ਤੂੰ
ਕਰ ਲੈ
ਗੁਰ ਕੀ ਸੰਗਤ
ਜਿੱਥੇ ਇੱਕ ਬਰਾਬਰ
ਬੈਠਣ ਸਾਰੇ
ਬਹਿ ਜਾ
ਐਸੀ ਪੰਗਤ

ਉੱਠੀ ਨਾ ਹੁਣ
ਉੱਠੀ ਜਦ ਤੱਕ
ਚੜੂ ਨਾ
ਜਾਵੇ ਰੰਗਤ
ਨਾਮ ਪਦਾਰਥ
ਮਿਲ ਜਾਏ
ਭੋਰਾ ਐਸੀ
ਮੰਗ ਲੈ ਮੰਗਤ

ਛੱਡ ਦੇ ਗੱਲਾਂ
ਛੱਡ ਦੇ ਮਾੜੀਆਂ
ਤੇ ਕਰਨੀ
ਛੱਡ ਕੁਸੰਗਤ
ਅਵਗੁਣ ਛੋੜ
ਗੁਣ ਧਾਰਨ ਕਰ
ਤੂੰ ਸਿੱਖ ਲੈ ਗੁਣ
ਕੋਈ ਚੰਗਤ

ਕਰ ਲੈ ਕੁੱਝ ਤੂੰ
ਕਰ ਲੈ ਸੁਥਰਾ
ਕੰਮ ਕੋਈ
ਐਸਾ ਢੰਗਤ
ਜੱਪ ਲੈ ਨਾਮ
ਗੁਰਾਂ ਦਾ
ਐਸਾ ਨੇਮ
ਬਣਾ ਲੈ ਅੰਗਤ

ਜੱਪਦੇ ਮਨ ਜੋ
ਜੱਪਦੇ ਤਿਸ ਕੇ
ਰੋਗ ਨਾ
ਨੇੜੇ ਖੰਗਤ
ਕੱਪੜੇ ਦਾ ਕੀ
ਮਾਣ ਕਰੋਂ
ਜੇ ਤੁਰ ਜਾਣਾ
ਏਥੋਂ ਨੰਗਤ

'ਸ਼ੇਰੋ' ਸੁਣ ਤੂੰ
ਸ਼ੇਰੇ ਮੱਤ ਤੋਂ
ਹੋਣਾ ਨਹੀਂ
ਅਪੰਗਤ
ਗੱਲ ਬਣਾ ਕੇ
ਰਹਿਣੀ ਏ
ਤੇ ਜਿੱਤਣੀ ਏ
ਜੰਗ ਜੰਗਤ

5. ਤੇਰੇ ਵਰਗਾ ਨਾ

ਤੇਰੇ ਵਰਗਾ ਨਾ
ਦੁਨੀਆਂ ਤੇ ਕੋਈ
ਰਸ ਨਾਮ ਵਿੱਚ
ਜ਼ਿੰਦੜੀ ਡੁਬੋਈ
ਤੇਰੇ ਨਾਮ ਬਿਨਾਂ
ਲੱਗਦੀ ਨਾ ਢੋਈ
ਮੀਰਾ ਐਵੇਂ ਤਾਂ
ਨਹੀਂ ਜੋਗਣ ਹੋਈ

ਰਸ ਮਿੱਠਾ ਭਿੰਨਾ
ਇੰਨਾ ਮੇਰਾ
ਮਨ ਮੋਹਿਆ
ਚੜੀ ਆਤਮਾ ਨੂੰ
ਖੁਸ਼ੀ ਮਨ
ਗਿਆ ਟੋਹਿਆ
ਮਨਾਂ ਨਾਮ ਦਾ ਹੀ
ਬੀਜ ਸਦਾ ਬੋਈਂ
ਹੋਰ ਫਸਲ ਨਹੀਂ
ਮਿੱਠੀ ਏਨੀਂ ਕੋਈ

ਥੱਕ ਹਾਰ ਕੇ
ਸੀ ਬੈਠੀ ਜਦੋਂ
ਜੱਪਿਆ ਮੁਰਾਰੀ
ਖੁਦ ਆ ਕੇ ਪ੍ਰਭੂ
ਘਰ ਦੀ ਸੀ
ਹਾਲਤ ਸੁਧਾਰੀ
ਪਿੰਡ ਅਸਨੀ ਚਾ
ਜੈ ਜੈ ਹੋਈ
ਮੇਲੇ ਅਜੇ ਤੱਕ
ਲੱਗਦੇ ਨੇ ਸੋਈ

ਓਹ ਬੁੱਲਾ ਹੀ ਸੀ
ਪਾ ਕੇ ਝਾਂਜਰਾਂ
ਜੋ ਨੱਚਿਆ
ਜੀਹਦੇ ਅੰਗ ਅੰਗ
ਗੁਰੂ ਦਾ ਸੀ
ਨਾਮ ਰੱਚਿਆ
ਡੋਰੀ ਪ੍ਰੇਮ ਵਾਲੀ
ਬੁੱਲ੍ਹੇ ਸੀ ਪਰੋਈ
ਓਹਨੇ ਰੀਝ ਨਾਲ
ਫਸਲ ਸੀ ਜੋਈ

'ਸ਼ੇਰੋ' ਲਿੱਖ ਲਿੱਖ
ਕਾਗਜ਼ਾਂ ਨੂੰ
ਕਰੀਂ ਨਾ ਤੂੰ ਕਾਲੇ
ਰਹੀਂ ਜੱਪਦਾ ਤੂੰ
ਨਾਮ ਬੰਦ
ਖ਼ੁੱਲ੍ਹਣਗੇ ਤਾਲੇ
ਪੱਲਾ ਆਪਣਾ ਤੂੰ
ਰੰਗ ਚਾ ਰੰਗੋਈ
ਕੰਮ ਨਾਮ ਬਿਨਾਂ
ਹੋਰ ਨਹੀਓ ਕੋਈ

6. ਦਰ ਰੱਬ ਦਾ

ਦਰ ਜਾਣਾ ਹੀ
ਪੈਣਾ ਏ
ਰੰਗ ਲਾਣਾ ਹੀ
ਪੈਣਾ ਏ
ਜੇ ਨਾ ਜੱਪਿਆ
ਤਾਂ ਫਿਰ ਸਾਨੂੰ
ਪੁੱਛਣਾ ਕਿੰਨੇ
ਰੱਬ ਧਿਆਣਾ ਹੀ
ਪੈਣਾ ਏ
ਸੱਚ ਗਾਣਾ ਹੀ
ਪੈਣਾ ਏ
ਔਖੇ ਵੇਲਿਆਂ ਚ
ਫਿਰ ਸਾਨੂੰ
ਰੱਖਣਾ ਕਿੰਨੇ

ਡਮ ਦੁਨੀ ਦੇ
ਤਮਾਸ਼ੇ ਬੜੇ
ਦੇਖ ਲਏ
ਗਮ ਭੱਠੀਆਂ ਚ
ਪਾ ਕੇ ਹੱਥ
ਸੇਕ ਲਏ
ਸਮਝਾਇਆ ਹੀ
ਪੈਣਾ ਏ
ਮੁੜ ਆਣਾ ਹੀ
ਪੈਣਾ ਏ
ਜੇ ਨਾ ਮੁੜਿਆ
ਤਾਂ ਹੀਰੇ ਨੂੰ
ਤਰਾਸ਼ਣਾ ਕਿੰਨੇ

ਡੰਗ ਮਾਰਨਾ
ਜ਼ੁਬਾਨ ਨਾਲ
ਚੰਗਾ ਨਹੀਂ
ਰੰਗ ਚਾੜਨਾ
ਜੋ ਭੁੱਲੇ ਓ
ਮਲੰਗਾ ਨਹੀਂ
ਮੈਂ ਨੂੰ ਢਾਹੁਣਾ ਹੀ
ਪੈਣਾ ਏ
ਮਨ ਨਿਵਾਣਾ ਹੀ
ਪੈਣਾ ਏ
ਜੇ ਨਾ ਢੱਠਿਆ
ਹੰਕਾਰ
ਦਿਲ ਵੱਸਣਾ ਕਿੰਨੇ

ਮੰਗ ਰੱਖਿਆ
ਦੀਦਾਰ ਮੰਡ
ਇਲਾਹੇ ਤੋਂ
ਰੰਗ ਚੱਖਿਆ
ਨਾ ਭਟਕੀਏ
ਰਾਹੇ ਤੋਂ
ਰਾਹੇ ਜਾਣਾ ਹੀ
ਪੈਣਾ ਏ
ਪਿਆਰ ਪਾਣਾ ਹੀ
ਪੈਣਾ ਏ
ਜੇ ਨਾ ਕਰਿਆ
ਪਿਆਰ
ਹੱਥ ਫੜਨਾ ਕਿੰਨੇ

7. ਰੰਗ ਰਾਜਨ

ਰੰਗ ਰਾਜਨ
ਗੁਰ ਰਾਜਾ
ਧੁਰ ਸਾਈਂ
ਪੀਰ ਖਵਾਜਾ

ਗੁਰਸੰਗਰੋ
ਦੁਸ਼ਤੰਮਰੇ
ਗੋਵਿੰਦ ਰੇ
ਸ੍ਰਿਸ਼ਟੰਗਰੋ
ਕੁਸ਼ਤੰਹਰੇ
ਗੋਵਿੰਦ ਰੇ
ਗੁਰ ਸਾਜਨ
ਭਗਤਨ ਸਾਜਾ
ਮਿਲ ਸਾਈਂ
ਗਰਭ ਖਰਾਜਾ

ਦ੍ਰਿਸ਼ਟੰਗਰੋ
ਲੈਲੰਗਰੇ
ਗੋਵਿੰਦ ਰੇ
ਰਸੰਗਰੋ
ਮੀਠਾਗਰੇ
ਗੋਵਿੰਦ ਰੇ
ਸਭ ਵਿਸਰੇ
ਅਵਰ ਸਵਾਦਾ
ਹਉਂ ਤਿਸ ਕਾ
ਮੁਰੀਦ ਮੁਰਾਦਾ

ਦਸੰਗਰੋ
ਮਰੀਦੰਗਰੇ
ਗੋਵਿੰਦ ਰੇ
ਬਾਜਨਗਾਰੋ
ਧੁਨੰਗਰੇ
ਗੋਵਿੰਦ ਰੇ
ਹਮ ਸੁਣਿਓ
ਭੋਂਪੂ ਬਾਜਾ
ਮਨ ਮੰਤਰ
ਮੁਗਧ ਨਿਵਾਜਾ

ਉਸੰਗਾਰੇ
ਮਨਮੰਗਾਰੇ
ਗੋਵਿੰਦ ਰੇ
ਨਾਮਨਗਾਰੇ
ਜੀਵੰਗਾਰੇ
ਗੋਵਿੰਦ ਰੇ
'ਸ਼ੇਰੋ' ਕੋ
ਦੀਜੈ ਨਾਮਾਜਾ
ਮੁਰੇ ਪਾਰ
ਲੰਘਾਓ ਜਹਾਜਾ